AF714590

அகிலத்தில் அன்பை விதைப்போம்

பதிப்பகம்

Agilaththil Anbai Vithaippom

Edited by Sharmila

 Special credits to Abitha, Dr.Niveditha, Nitin Chopra.

ISBN (Paperback) - 9789389959628

First Edition : 2020

Book Design by POETRY WORLD

அகிலத்தில் அன்பை விதைப்போம்

தலைமை தொகுப்பாளர்

சே.அ.பார்கவி

தொகுப்பாளர்

ஷர்மிளா மதுரை

அகிலத்தில் அன்பை விதைப்போம்

பல எழுத்தாளர்களின் அன்பின் வெளிப்பாட்டினை உங்கள் கண் முன் நிறுத்தக் கூடியது இக்கவிதை திரட்டு.

தலைமை தொகுப்பாளர்

இவள் திருமதி.பார்கவி சிவபிரகாஷ், மஞ்சள் மாநகரமான ஈரோட்டை சேர்ந்தவள். இவள் புனைப்பெயர் "கவியின் கவிதை". கணிதவியல் முதுகலை பட்டம் முடித்தவள். இன்று தன் கனவுகளை முழு மனதோடு ஆர்வமாய் பின் தொடர்கிறாள்.

தனது இன்ஸ்டாகிராம் பக்கத்தில் *(@kaviyinkavithai)* ஏறத்தாழ *2500*க்கும் மேற்பட்ட குறுங்கவிதைகள், நீள்கவிதைகள் பல புனைந்துள்ளார். *Spectrum of thoughts*ல் இணை எழுத்தாளராகவும், தன் முதல் கவிதை திரட்டான *"Enticement of fondness/* காதலின் தாகங்கள் யும்" தொகுத்துள்ளார். இப்பொழுது *Poetry World Organisation*-ல் தலைமை தொகுப்பாளராய் பல கவிதை திரட்டினை வழங்கி வருகிறார்.

என் இணையானவளுக்காய்

இன்றுவரை
ஓர் வார்த்தை
கொண்டும்
பெருமையுற்றதில்லை...

பெரிதாய்
ஓர்முறைக்கூட
வியந்து கண்டதில்லை...

சிறு துளியேனும்
கர்வம் கொண்டதில்லை...

இந்நாள்வரை இவள்
பிரபலப்படுத்தியதில்லை...

இருப்பினும் இன்று
பெரிதான ஓர்
நம்பிக்கையூற்றை
விதைத்திருக்கிறாள்...

பல படிப்பினைகளை
பக்குவமாய் கற்றிட
வாய்ப்பளித்தால்...

அழகான பல
வரங்களை
அள்ளி தருகிறாள்...

வீழ்ந்து கிடக்கும்
நிஜங்கள் யாவிற்கும்
நிழலாய் எனை

தவித்திடவிடாது
உத்வேகம் தருபவள்...

ஆயினும் இவளை
பாராட்டியதில்லை...

நான் இவளை
கண்டுணரா
நேரங்களிலும்,
நான் தேடிவரும்
பொழுதில் தயங்காது
எனை மகிழ்விப்பவள்...

எங்கு முளைத்தால்,
எவ்வாறு வளர்ந்தால்,
இன்று வரிகளால்
மேலோங்கி உள்ளாளோ
என்னவோ நான் அறியேன்,
ஆனால் ஓர் வகையாய்
கோள் ஊற்றியுள்ளாள்
என்று கூறுவதில் எனக்குள்
சிறு கௌரவம்தான் எனக்கு...

- கவியின் கவிதை

தொகுப்பாளர்

கவிதாயினி ஷர்மிளா மதுரை. இந்த புத்தகத்தின் மூலம் தொகுப்பாளராகியுள்ளார். ஷர்மிளாவின் பெயரில் உள்ள மதுரை என்பது ஊர் பெயர் அல்ல.அது ஒரு அழகான உணர்வு தனக்காக தன் கவியை பரிசாய் விட்டு சென்ற தந்தையின் நினைவு. கவிதாயினி ஷர்மிளா மதுரையின் தந்தை பெயர் கவித்தென்றல் மதுரை,தயார் ஜெயலட்சுமி. சொந்த ஊர் மதுராந்தகம் அருகில் உள்ள ஜமின் பூதூர் கிராமம்.

எழுத்துக்களை கோர்த்து

எண்ணங்களை கவிதையாக்க

நினைக்கிறேன். சில சமயம்

என் எழுத்துப் பிழை ஆகிறது. ஆனால்

என் எண்ணம் மட்டும்

எப்போதும் பிழை அவதில்லை.

அகத்தில் அன்பே மனிதம்

மழைச் சாரல் மௌனமாய் நெருங்க

மகிழ்ச்சியாய் ஒருவன்

மகிழுந்திலிருந்து இறங்கினான்

மண் வாசம் நுகர

மத்தாப்பாய் மின்னலும்

மலமலவென மழையும் பொழிய

எதற்கடா வம்பு என

மகிழுந்தில் ஏறினான்...

அருகிலே ஒரு ஒற்றை குடிசை

இல்லையில்லை ஓட்டை குடிசை

ஒழுகாத இடம் பார்த்து

ஓரமாய் ஓர் சிறுவன்,

தெரு நாய் ஒன்று
மழையில் நனைய
அதற்கும் இடமளித்தான்
குடிசையின் மற்றொரு மூலையில்

மகிழுந்திலிருந்தவன் மனம் நெகிழ்ந்து
மகிழுந்து உறையால்
குடிசையைப் போர்த்தி
அன்பை பகிர்ந்துக் கொண்டான்..

மனிதம் எத்தனை அழகு அன்பாலே

- ஷர்மிளா மதுரை

பொருளடக்கம்

❤

அகிலத்தை ஆளும் அன்பு

உயிரினமாய் உதித்த அனைவருள்ளும்
ஊன்றிய உணர்வு..
இரத்த சொந்தங்களையும் தாண்டி
தளிர்க்கும் உணர்வு...
புதிய பந்தங்களைப் பெற்றெடுக்கும்
பெருமித உணர்வு....
காரணி இன்றிக் காவியமாய்
தொடரும் உணர்வு...
வானுயர்ந்து வானவில்லாய்
வளையும் உணர்வு..
உறவுகள் பொய்த்தாலும் மாரியாய்
மறுமலர்ச்சி பெரும் உணர்வு...
அலாதிய ஆனந்தத்திலும்
ஆழ்ந்த அனுதாபத்திலும்...
எண்ணவியலாத உணர்ச்சிகளை உள்ளடக்கிய உணர்வு...
இந்த அகிலத்தை அயராது ஆளும் "அன்பு".

அபர்ணா வேல்முருகன்

அகிலமே அன்பில் அடங்கும்

அன்பு என்னும் மூன்றெழுத்தை முதலில் நமக்கு
சொல்லித்தந்த மூன்றெழுத்து அம்மா;
அன்பு பிறருக்குக் கொடுக்கக் கொடுக்கக் குறையாதது,
பிறரிடம் எவ்வளவு பெற்றாலும் திகட்டாதது;
தூய்மையான அன்பு தேனை போன்றது;
பருக பருக திகட்டாமல் இனிக்கும்;
அன்பு என்னும் ஒற்றைச் சொல்லில்
அடங்கும் அண்டமும்,
அன்பு மட்டும் இல்லையென்றால் ஆகும் நரகம்;
அகிலமெங்கும் அன்பை விதைப்போம்
அது பகைமை என்னும் நோயை ஒழித்து
அமைதி என்னும் பசுமையை மலரச் செய்யும்
ஆதலால் "அகிலத்தில் அன்பை விதைப்போம்."

முகமது ரிஸ்வான்

அண்ணாவின் அன்பு

சிறிய பொருளுக்காக அடித்துக் கொள்வோம்!

பரம எதிரியைப் போல்

தோற்றம் கொண்டாலும்!

எவரும் அறியாவண்ணம் பாசக்கயிற்றால் இணைந்து இருப்போம்!

இன்பத்தில் கிண்டல் செய்தாலும்!

துன்பம் என்றால்!

ஆறுதல் அளிப்பது

அவன் ஒருவன் மட்டுமே!

எனது மறு தாய்தந்தையாய் திகழ்பவன்!

சில்லறையாக இருந்தாலும் சரி

பெரிய கல்லறையாக இருந்தாலும் சரி என்றும் அவன் அன்புக்கு

அடிமை நான்!

கிறுக்கியின் காவிய கிறுக்கல்கள் (மதுமித்ரா.ந)

அப்பத்தாவின் அன்பு

சூடு பறக்க எண்ணெய் தேய்த்து
உச்சந் தலையில் வகிடெடுக்கும்
அப்பத்தாவின் அன்பும்
அலாதியே

கற்பனைகள் கலந்துவிட்ட
பழங்கதைகள் பலச் சொல்லி
பாத்திரத்தில் பருக்கைகளும்
மீதமேதும் இல்லாமல் ஊட்டி விடும்
அப்பத்தாவின் அன்பும்
வெள்ளந்தியே

திருநீறு பூசி விட்டு
தீர்க்காய்ஸாய் இருவென
பேரனை வாழ்த்தும்
அப்பத்தாவின் அன்பும்
பேரன்பே

கழுத்தில் சுழுக்கென

ஒரு பக்கம் திரும்பிருந்தால்

பாவம் பாராது

படக்கென மறுபக்கம் திருப்பும்

அப்பத்தாவின் அன்பும்

முரட்டன்பே

நினைவுகள் மனதை

நீண்ட நாட்கள் பிசைந்தெடுக்க

அழுகையோடு கேட்கிறேன்

அப்பத்தா

முத்தங்கள் பல

இப்பத்தா

இந்த அன்பிற்கேங்கும் அனாதைக்கு....

மதுரகவி

அழியாதே அன்பு

அலட்சியமாகப் பார்க்கும் உலகில்
காலங்கள் கடந்தாலும் அழியாத ஒன்று
இதயங்களால் வெளிப்படும் உணர்வு
பலவீனத்தை உடைக்கும் ஆயுதம்
வலி தந்தாலும் வலிநிவாரணியும் அதுவே
எல்லையில்லாமல் தரக்கூடிய அன்பை
எல்லாரிடமும் விதைத்துப்பார்
முளைத்தால் பேரன்பாய் வளரட்டும்
இல்லையேல் விதையாகவே இரு
உனக்கான இடம் வரும் வரை
அன்பினை அகிலத்தில் அளவில்லாமல் ஆளமுடியும்

vizhigal_pesum

❤

அவள் அன்பிற்கு ஈடு உண்டோ

முகமறிந்து

அகம்தெளிந்து

உற்றார் உறவினர்

மத்தியில் உலாவி

கிடைக்கும் அன்பிற்கு

ஈடுதனில் உண்டோ! உண்டு...

உருவமில்லா நிலையில்

அகத்திலும் உணர்விலும்

உடம்பிலும் குருதியிலும்

இடம் அளித்து

உயிர் கொடுத்த

தாய் அன்பிலே

காலம் உயர்த்தும்

அன்பிலக்கணம் அவள்

மாயாதி

அவளின் அன்பு

அனுதினமும் அவளின் பாசம்,
குருதி யனுவில் சேர்ந்தே பிறக்கும்!
ஆழமில்ல அவளின் மனதில்,
"அன்பு" என்றும் நிலைத்தே நிற்கும்!
அழகில்லா அவளின் சொற்கள்,
ஆணி யறைந்த வாறே பதியும்!
சினத்தோடு அவளின் சொற்கள்,
சில நொடிகளில் சமாதான மடையும்!
முடிவில்லா அவளின் குருஞ் சண்டை,
முழு ஆண்டும் ஒப்பந்தம் மிடும்!

முறைமறைந்து மறுமுகம் வரைந்தாலும்,
விலகி செல்லும் ஒருச் சொல்லை,
ஒரு போதும் விரும்பிய தில்லை!
அழிவில்லா அடைக்கலத்தை - என்றும்
ஏங்கித் தவிக்கும் அவளின் அன்பு தம்பி!

அப்சல்

அறிவோம், அர்த்தத்தை - அன்பு

பஞ்சமின்றி
படைத்தவன் கொடுத்தான்,
வஞ்சமின்றி
பெற்றவள் அழித்தாள்!

பேதமின்றி
கொடுத்திட மறந்தோம்,
வாதமின்றி
சேர்ந்திட மறுத்தோம்!

அழகற்று
நிம்மதி இழந்தோம்,
சொர்கமே, தன்வசமென்று மறந்தோம்!

அழிவுக்கண்டு அச்சம்கொண்டோம்,
அன்பிற்காக ஏங்கி நின்றோம்!
அர்த்தம் கண்டோம்! அனர்த்தம் களைந்தோம்!

கேளடி கண்ணம்மா _கலை

அன்பா அறிவா?

கார்காலப் பொழுதுனிலே,

ஆலமர அடியினிலே,

நகைத்து கதைத்துக் குலுங்கினர் மூவர்;

கட்டி வந்த கூட்டாஞ்சோற்றுடன் பெருமளவு
அன்பை பகிர்ந்துண்டனர்,

பிறகு வந்ததோர் போட்டி,

அன்பை மறைத்த இப்போட்டியில்,

அன்பை மறந்து அறிவை காண்பித்துப்
போட்டியில் வென்ற இருவரிடையே,

ஒருவன் மட்டும் அறிவை மறவாமல் அன்பை
செலுத்தி வாழ்வில் வென்றான் அவர்களிடையே!

_divya_2004

❤

அன்பாகிய நீ

மாற்றம் ஒன்றே மாறாதது என்பார்கள்.

எப்படிச் சொல்கிறேன் தெரியுமா?

அன்று நிலா முற்றத்தில் குடும்பத்துடன் இருந்தோம்,

இன்று கைபேசியில் தூரத்தில் உள்ளோம்.

இன்று உணர்வுகளைக் கொட்டித் தீர்க்க

அன்பு என்னும் நீ மட்டும் தான் மிஞ்சுகிறாய்.

அன்பைப் பரிமாறும் முறை தான் மாறி உள்ளதே தவிர,

அன்பாகிய நீ எங்களிடம் என்றும் மாறவில்லை.

என்றும் அன்புடன் அன்பாகிய உன்னை நாடும் நாங்கள்.

RITHIKA. P

அன்பின் நிலை

அகிலம் முழுவதும் அன்பின் அடக்கம்..
அன்பில்லாமல் அகிலம் இல்லை..
குழந்தையின் அழுகைக் கண்டு துடிக்கும் தாயின் அன்பு...
குழந்தையின் வளர்ச்சி கண்டு மகிழும் தந்தையின் அன்பு...
தனக்காக எதையும் செய்யும் சகோதரனின் அன்பு...
தனக்காகத் தாயிடம் அடிவாங்கும் சகோதரியின் அன்பு...
நமக்காக உயிரையும் கொடுக்கும் நண்பனின் அன்பு...
அத்தனை அன்பையும் ஒருசேரத் தரும் ஆசிரியரின் அன்பு...
தேவைக்காக மட்டுமே அன்பினை செலுத்தும் மனிதனுக்கு மத்தியில்....
உண்மையான அன்பைத் தரும் உயிரிகளும் உண்டு...
உண்மையான அன்பை புரிய வைக்க அவசியம் இல்லை.
அவர்களால் உணர முடியும், ஆனந்தமாய் வாழ.
ஆடம்பரம் தேவையில்லை அன்பானவர்கள் இருந்தால் போதும்.
உணர்வுகளைப் புரிந்து கொள்ளும் ஒரு இதயம் கிடைத்தாலே.
முழுமை அடைகிறது நம் வாழ்க்கை "அன்பு" எனும் ஒற்றை வார்த்தையால்.

தனிமையின் காதலி வித்யா

அன்பின் உணர்வு

அலட்சியத்திருக்கு அறிமுகம் கொடுத்தாள்
ஆர்வத்திற்குத் தடை போட்டாள்
இமை மூடவே கட்டளைப் போட்டாள்
ஈரம் வழிந்த கண்ணீர்க்கு வழியும் கொடுத்தாள்
உவமை நிலையில் உதறி சென்றாள்
ஊமை நெஞ்சில் காயம் வைத்தாள்
எந்தன் வாழ்வில் புலம்ப வைத்தாள்
ஏனோ என்னை விலகி சென்றாள்
ஐ விழி இரண்டால் கிறங்கச் செய்தாள்
ஒருமுறை மட்டும் புன்னகையை என் மேல் பரவிக்
கொண்டாள்
ஓம் என்று சொல்வதை விட ஆம் என்று தயங்க
வைத்து கொண்டாள்
ஔ என்று பல முறை அழுதும்
உன்னைப் பிரிய இயலாமல்
உயிர் பிரிய நினைத்தும்
தடுக்கிறது "அன்பு"
நீ மாறுவாய் என்று

முட்டாள் கவிதை

அன்பின் வெளிப்பாடு

உனக்கு என்னை எவ்வளோ பிடிக்கும்?

நம்மை ஈருயிராய் உருவாக்கிய இறைவன்.

அடடே! தவறிழைத்தோமே எனப் பதறி நம் ஈருயிரை ஓர் உயிரெனப் பிணைத்து விட்டான்.

அவனுக்குத் தெரிந்த நம் அன்பின் ஆழம் உனக்குத் தெரியாமலா இருக்கும்...

எனினும் சொல்கிறேன் கேள்...

என் உயிரில் கலந்தவள் நீ

என் சிந்தையில் சிதைந்தவள் நீ

நீயன்றி ஓர் அணுவும் அசையாது எந்தன் உலகினில்

நீ இல்லா நொடிகள் யாவும் யுகங்களாய் நீள்கிறது...

நீரால் நிரம்பிய இவ்வையம் போல் உன்னால்
நிரம்பியவன் நானடி

எந்தன் இதயமானது உன்னுடன் இயைந்து காதல் இசை மீட்ட தொடங்கி நாட்கள் பல ஆகி விட்டது

என்றும் உனக்கென நான்.

புரிந்ததா பேதையே.

கோ

❤

அன்பின்றி அகிலமில்லை

அன்பின்றி அகிலமில்லை என்றுணர்ந்தேன்
எண்ணத்தால்

அனைவருக்கும் பொதுவான பொக்கிஷம் அதுவே

சிலர் அனுபவிப்பதும் சிலர் அவமதிப்பதும்

சிலரின் ஏக்கங்களும் சிலரின் இன்னல்களும்

சிலருக்கு பரிசாகவும் சிலருக்கு சிபாரிசாகவும்

சிரிப்பிலும் கலந்தது சினத்திலும் நிறைந்தது

இன்பத்தில் இனிமையும் துன்பத்தில் தனிமையும்

ராகமின்றி இசையில்லை மெட்டின்றிப் பாட்டில்லை

மனக்கதவிற்குத் திறவுகோலும் மனக்கசப்பிற்கு
மருந்தாகவும்

ஆனந்தத்தில் அருவியாக மனங்களின் மனதில்
பொழியும்

ஆணவத்திற்கு அளவோடு வந்து செல்லும்

உயிர்களுக்கு ஊக்கமும் உணர்வுகளுக்கு உறுதியும்

தரும் வல்லமை அன்பிற்கு நிகரேது இவ்வுலகில்

யாவும் சிலகாலமே எதுவும் சிலநேரமே

எங்கும் எதிலும் நிறைந்த செல்வமே!

mad_ness_poet07

அன்பின் தேடல்

அன்பு நான் வானமாய் நீண்ட பொழுதிலும்,

என் விழியால் உன்னையே காண்கிறேன்.

நீ தரையோடு மண்ணாக இருந்தபோதிலும்,

உன்னை வந்து அடைவேன் மழை துளியாக.

மழையும், மணலுமாக நம் அன்பு

ஒன்றுடன் ஒன்று கலக்க,

நம் அன்பின் வழியாக மண்வாசம் இவ்வுலகில் பரவி,

அனைத்து உள்ளங்களிலும் அன்பை நிரப்பட்டுமே!

Santhiya.L

அன்பில் தொலைந்துபோங்கள்

சுயநலம் பொதுநலம் இரண்டிற்கும் பொதுவானது.

அசுரனும் அடங்கிப் போவது அன்பில் தான்.

எத்தனை ஏக்கங்களும்.

எத்தனை துரோகங்களும்.

எத்தனை ஏமாற்றங்களும்.

முடிந்து போவது அன்பில் தான்.

சேயில் தொடங்கி முதுமை கண் மூடும் வரை
அவசியம் தான்.

அன்பிற்காக அடிமையாகும் இதே நிழலில் தான் ஏதோ
ஒரு அன்பையும்

தொலைத்துவிடுகிறோம்.

அழகான அன்பில் தொலைந்துப் போங்கள்.

தொலைத்துவிடாதீர்கள்.

அர்ச்சனா முத்துக்கார்த்திக்

அன்பின் திருவிளையாடல்

எங்கும் அன்பு எதிலும் அன்பு!
பண்பால் நிறைந்திருக்கக் கண்டேன்!
கோபத்தால் கோபித்தாலும்,
வெறுக்கத் தெரியாதது அன்பு!
ஆவேசம் கொண்டாலும்,
அவசரக் காலங்களில் தயங்காமல்
உதவுவது அன்பு!
புரளி பேசினாலும்,
களங்கம் ஏற்படுத்தாதது அன்பு!
புல் ஆனது மிதிப்பட்டாலும்,
மலர்ச்சியாக மீண்டும் வளர்வது அன்பு!
இயற்கை அதை மனிதனின்
கை பாதுகாத்தால்.
சீறிவருவது இயற்கை சீற்றமே!
என்றாலும் அவனை அரவணைக்கும்!
இயற்கையின் புனித அன்பு!

GOPIKA CHELLAMUTHU

அன்பின் பரிமாணங்கள்

அன்பின் பரிமாணங்கள்:

அன்பு இந்தச் சொல்லுக்கு எத்தனை பரிமாணங்கள்.

தாயின் அன்பு பாசத்தின் வெளிப்பாடு.

தந்தையின் அன்பு அக்கறையின் வெளிப்பாடு .

துணைவியின் அன்பு காதலின் வெளிப்பாடு.

பிள்ளைகளின் அன்பு மழலையின் வெளிப்பாடு.

அன்பு சாதி மதங்கள் தாண்டிய உயிர்களுக்கான
இதயத்தின் மொழி.

ஏனோ பலர் இந்த மொழியைத் தமிழைப் போலப்
படிக்க மறுத்து நிராகரித்தே

செல்கின்றன.

அத்தனை மகத்துவம் கொண்டும் பல நேரங்களில்
அனாதையாய் ஒற்றையில்

"அன்பு"

ஹரிஹரன்.வெ

அன்பின் அத்தியாயம்

ஆதி முதல் அந்தம் வரை வாழ்வின் ஒவ்வொரு நிலையிலும் எதிர்பார்க்கப்படும் ஒன்று..

அடி எடுத்து நடக்க ஆரம்பிக்கையில் தடுமாறும் தன்னை அள்ளி அணைக்க வரும்

கைகளில் தொடங்குகிறது அன்பின் அத்தியாயம்!

பருவ வயதில் பாதம் பதிக்கையில்

பாசாங்கு காட்டாமல், பாலின வேறுபாடு பாராமல் பாராட்டவும், பாரங்களைப் பகிரவும்

தனக்கான தோழமையைச் சம்பாதிப்பதில் அன்பின் அடுத்தொரு அத்தியாயம் நிறைவடைகிறது.

பருவங்கள் கடந்து பக்குவப்பட்டு வாழ்வில் பயணப்படும் போது சந்திக்கும் பல வண்ண மனிதர்களின் பண்பறிந்து பழகி அவர்களின் அன்பினை அடைந்து புதியதொரு சொந்தங்களை உருவாக்குவதில் அன்பின் அத்தியாயம் நடையை முடிக்கிறது.

ஆழி போல் அகிலமெங்கும் பரவியிருக்கும் அன்பை அளவறியாது விதைத்திடுவோம்.

காயத்ரி கண்ணன்

அன்பினி

அன்னையில் தாய்மையாய்
தந்தையில் கண்டிப்பாய்
ஆசானில் அறிவாய்
உருவம் கொண்டுள்ளாய்
அன்பே!
அன்பு எனும் மூன்றெழுத்தால்
உலகம் என்னும் நான்கு எழுத்தை
உனதாக்கினாய்!
பரிவாய் பாசமாய்
நேசமாய்க் கருணையாய்
காதலாய் காமமாய்
தசாவத்தாரியே!
உன் அன்பு அங்காடியில்
பணியாளனாக நான்
நுகர்வோராக ஏங்கும் சிலரை
அங்கீகரிப்பாயா அன்பே?

அருள். ப

❤

அன்பின் ஆட்சி.. ஆயுளின் நீட்சி..

காதலில் பல உண்டு..
கவனத்தில் சில உண்டு..
அன்னையிடம் ஆத்ம அன்பு..
தந்தையிடம் தவிப்பில்லா அன்பு..
அண்ணன் தம்பியிடம் அக்கறை அன்பு..
அக்கா தங்கையிடம் தாய்மை அன்பு..
உறவில் அடங்காத எண்ணற்ற அன்பு..
நட்பில் காணும் ஈடில்லா அன்பு..
திரையில் கண்டு..
திளைக்க முடியா அன்பு..
ஆண் தோழன் பெண் தோழியின்..
அசைக்க முடியா அன்பு..
துணைத் தேடும் தூய அன்பு..
இணையான இன்ப அன்பு..
அன்பின் ஆட்சி ஆயுள் முழுதும்..
அகத்தின் அழகு அப்படியே தந்து..
யுகத்தின் வாழ்க்கையை..
வரமாய் வாசிப்போம்..

கவிக் குயில்

அன்பிற்கு எல்லை இல்லை

படைத்தவரின் அன்புக்கு ஈடுண்டோ

தாய் சேய் அன்பிற்கு ஈடுண்டோ

அன்பிற்கு எல்லைகள் உண்டோ

அன்பற்ற அகிலம் உண்டோ..!

வானம் போல் எல்லைகளற்றது என் அன்னை
அவளின் பேரன்பு..!

நட்சத்திரங்கள் போல் அளவற்றது என்னவளின்
பேரன்பு..!

சோர்வடையும் நேரம் ஆறுதலை அன்பாக அளிக்கும்
ஓர் உறவு அனைத்தையும்

மறக்கச் செய்யும்..!

என் நட்பின் அன்பு மூச்சை விடப் பெரியது..!

குழந்தைகளின் உண்மை அன்பு விலைமதிப்பற்றது..!

அகிலத்தில் அன்புக் கொண்ட மனிதம் இன்றிப் புனிதம்
இல்லை..!

தட்சணாமூர்த்திக் கோபி

❤

அன்பில் உருகாதே

மெழுகை உருக்கி ஒளி வீசும்

மெழுகுவர்த்திப் போல் மெழுகாய்

உருகி யார்மீதும் அன்பு

செலுத்தாதீர்கள்..!!

நம்மை நிராகரிக்கும்

ஒருவரிடம் நம் அன்பை

விளக்குவதை விட

அவர்களிடம் இருந்து

விலகி நிற்பதே மேல்!!

அப்படி தேடிச் சென்று அன்பு காட்டினால்!

கடைசியில் எதுவும் மிஞ்சாது..

உங்களை நீங்களே அழித்துக் கொள்வீர்கள் பிறருக்காக

உருகி உருகி

her_pains_as_ink

அன்பின் விதைகள்

உதவிகள் கேட்க
தயங்கும் எவருக்கும்,
என் இதயத்திலிருந்து
மனிதம் பிறக்கும்;
சேவைகள் அனைத்தும்
அன்பின் விதைகள்,
உன் பண்பில் மாற்றம்
அறநெறி கதைகள்;
வாடியது என் மனம்,
இருண்ட வானில்
விண்மீன்களின் நடனம்;
எதிர்மறை எண்ணத்தை
என்றும் புதைப்போம்!
அகிலம் முழுவதும்
அன்பை விதைப்போம்!!

வெ.ஹேமந்த் குமார்

அன்பு அமிர்தமே

அள்ள அள்ள குறையாத அமிர்தமே அன்பு,

அளவுக்கு மீறினால் அதுவும் இங்கு நஞ்சு.

அன்பினை தேடிச்சென்று கொடுப்பவர்களுக்கு அவமானமே மிச்சம்,

அன்பிற்காக தினந்தினம் ஏங்குபவர்களோ பல லட்சம்.

கேட்காமல் கிடைப்பதால் பலருக்கு இங்கு அலட்சியம்,

அன்பிற்கு என்றும் அடிமையாகாமல் இருப்பதே அவசியம்.

கானல் நீர்ப் போன்ற சில

உறவுகளின் அன்பு காயத்தையே கொடுக்கும் ;

கண்ணீரைத் துடைக்கும் தாயின் அன்பு

வாழும் போதே சொர்க்கத்தைக் காட்டும்.

செல்வம் உள்ள இடத்திலெல்லாம் இன்பம் இருப்பதில்லை,

அன்பு உள்ள இடத்தில் என்றுமே ஆனந்தத்திற்குக் குறைவேயில்லை..

உயிர்த்தெழு நதியா

❤

அன்புக்கு இல்லை தாழ்பாள்

அன்பு என்ற போதை
அதை நீ ஏற்றால் அடிமை
அடிக்கடி அழிப்பது தாய்மை
அன்பில்லாதார் எல்லாம் பொம்மை

ஆழ்மனம் தேடியது நட்பை
வெளிமனம் பரிமாறியது காதலை
இருமனமும் சேர்ந்து வளர்த்தது அன்பை
இன்னமும் எதிர்பார்ப்பது பேரன்பை

அன்புக்கு இல்லை தாழ்பாள்
அடைமலையிலும் எரியும் நெருப்பால்
ஆண்பால் பெண்பால் என்றால்
இருவரும் இணைவது அன்பால்.

பொன்.கலையரசன்

அன்பு பழகு

நீல வண்ண நீள் வானமே மனிதர் வாழ்வும் - அதில்

வெறுப்புகள் கார்முகில் கருக்கல்களாய் கைக்கோர்த்துக் கறையீனாலாம்,

ஆயினும்,

அன்பு பழகு !

நீ முதன் முதலாய் அன்பு சுவைக்க ஏங்கியிருப்பாய் - ஏமாற்றி

கடுங்கார சொற்கள் விருந்தாக்கி உன் மனப்பசி துடைத்திருப்பார்,

ஆயினும்,

அன்பு பழகு!

செழித்து வறண்ட பசுங்கழனி பச்சை மனமே - நீ

அமிர்தமழை எதிர்ப்பார்க்கையிலே அமிலமழை பெற்றிருக்கலாம்,

ஆயினும்,

அன்பு பழகு!

பந்தம், பாசம், பற்று, நேசம் போன்ற பட்டங்களைப் பறக்க விட்டு

பணத்தை மட்டும் நூலாய் பிடித்தவனை நீ காணலாம்,

ஆயினும்,

அன்பு பழகு!

வெள்ளைத் தாளாய் பாசம் இயற்ற காத்திருப்பாய் - உன்னை

வெறுந்தாளெனக் கசக்கி கிழித்துச் சிலர் எறியலாம்,

ஆயினும்,

அன்பு பழகு!

இப்படிக்கு, நான்.

(அன்பு பழகும் மாணவி)

மோனிகா சண்முகம்

அன்பும் வருணிக்கமுடியாத சுகங்கள்

நாம் சோகமாக இருக்கையில்,நம்மை நாவால் துவட்டி
எடுத்து கொஞ்சிடும்,
வீட்டு நாய்க்குட்டியின் காதல் கொஞ்சம் நன்றியுடன்.

பேரன், பேத்திகளின் எச்சில் சோறை,
சுவையோடு உண்ணும் கிராமத்து ஆத்தாவும்
வலிக்காமல் சொடக்கு எடுக்கும் அப்பச்சியும்
கிடைத்தால் பூமியும் சொர்கம்தான்

நாம் தேம்பி தேம்பி அழுக்கையிலே,
நான் இருக்கேண்டி-னு சொல்லும் தங்கச்சியும்,
அத்த மகளே மாமா இருக்கேனு சொல்லும்
முறைப்பையனும் பாசம் மாறச் சொத்துக்கள்..

எம்மகளுக்கு நிறைய வேல கொடுக்காத
அவ கண்ணாலம் வர சொகுசா இருக்கனும்-னு
சொல்லும் அப்பனும்,
ஏஞ்சாமி கொல காயுதானு கேட்டு,
தன்பசிய மறந்து, சோத்தோட பாசத்தையும்
தரும் அம்மாவின் அன்பும் வருணிக்கமுடியாத
சுகங்கள்.

Jananisivalingam

அன்பு தீ

அன்பென்ற
ஆயுதம் ஏந்தி நிற்பேன்
எதிரின் மூச்சுக்காற்றும்
என் கவிக்கச் சந்தி!

தொப்புள்கொடி ஆதிநின்று
சுடுமண் வரை அன்பே!

போரே வீரமென்றால்
பொறுத்தல் மாவீரமன்றோ!

நூறு கோழைக்கு
ஒரே வாள் - அன்பு!

அறிவை இழந்தோனும்
அன்பால் பிழைத்ததுண்டு!

அகிலம் அடங்கும் நாழிகை
அடுத்தே அணையும்
திசையில்லா அன்பு தீபம்!

க.சதீஷ்

அன்பு செய்வோம் அகிலம் எல்லாம்

புல் பூண்டு முதல் மனிதன் வரை
யாவரும் உணர முடிந்த தெய்வீகம் அன்பு!
எங்கும் நிறைந்திருக்கும் பரம்பொருள் போல்
எங்கும் நிறைந்திருக்க வேண்டியது அன்பு!

பேராசை சுயநலம் என்ற அரக்கர்களை
தன்பால் சேர்த்துக்கொண்டு வாழ்வின்
அர்த்தத்தினை மறந்து வளமில்லா
வாழ்க்கையை வாழ்கிறான் மனிதன்!

அன்பென்ற ஒற்றை மந்திரமே
இவ்வுலகில் எவற்றையும் தீர்மானிக்க வல்லது!
ஒரு புன்சிரிப்பால் மாற்றக்கூடிய விடயங்கள்
பல இருப்பின் தூய்மையே உருவான அன்பினால்
மாற்றக்கூடியவை எத்துனை?

அன்பே அகிலம் உயிர் பெறக் காரணம்!
ஆதலால் அன்பு செய்வோம் அகிலம் எல்லாம்!!

Magizhini

அன்பெனும் திறவுகோல்

அள்ளி தெளிக்கும் நீராக

அள்ளி வைக்கும் உணவாக

அரவணைக்கும் தோழனாக

ஆர்ப்பரிக்கும் விருந்தாக

அசத்தலும் சிரிப்பாக

அன்பின் விதை விதைத்து

அளவில்லா வாசம் வீசி

மேகமாக மோகம்

அன்பின் அலப்பரியா ஏக்கம்

கண்ணீர்த் துளி கரைந்து

அன்பின் துளி படர்ந்து நிழலும் நிஜமும் தந்து

நேசத்தை அதிகரித்து

உள்ளம் என்னும் பொக்கிஷம்

அன்பெனும் திறவுகோலால் நேசிக்கப்படும்.

முஹம்மது உமைர்

அன்பென்னும் அமுது

யாரும் அறியவில்லை..

நீ யாரென்று தெரியவில்லை...

கண்கள் உனை கண்டதில்லை...

இருந்தும்,

சிரிக்கிறேன் சிலநேரம்..

அழுகிறேன் பல நேரம்...

நினைக்கிறேன் எந்நேரமும்...

கதைக்கிறேன் காலமும்..

காரணமெல்லாம் உன்னாலே!...

உறவுகள் பலவற்றில், உயிர்பெறும் உனக்கும்...

உருவம் உண்டெனில், என்னுடல் வந்திடவே..

கேட்டிடுவேன் அழகியவரமொன்று, ஆண்டவன் அவனிடமே...

என் அன்பெனும் இனியமுதே!

இரா. சத்யா

அன்பே ஆயுதம்

அள்ள அள்ள குறையாதது.....
அளவின்றிக் கொடுத்தாலும் திகட்டாதது.....
உலகையே கட்டிப் போடும் ஆயுதம் ஆனது.....
ஆனால் இவ்வுலகில் பெரிதும் காட்டப்பட்டது.....

காசு என்ற காகிதத்தின் பின்னே போவதால்.....
அன்பு என்ற பொக்கிஷத்தை பார்க்க மறக்கிறோம்.....
விலை இன்றிக் கிடைப்பதால் அதன் அருமை
புரியாமல் தொலைக்கிறோம்.....
உறவுகள் என்பது மரம் போல அதைத் தாங்கும் வேர்
என்றும் அன்பு மட்டுமே.....
இதை உணர்ந்தால் உன் வாழ்க்கை அழகாய்
மாறுமே.....

இறைவன் இல்லை என்று யார் சொன்னது .....
தன்னலம் இன்றி அன்பு காட்டும் இதயங்களும்
இறைவன் தான்.....

அகிலத்தில் அன்பை விதைப்போம்.....
புயல் மழை வந்தாலும்.....
கஷ்டங்கள் வந்து கொன்றாலும்.....
அன்பென்ற மரம் மட்டும் அழகாய் மலர்ந்து நிற்கும்
இவ்வுலகில்.....

கௌசல்யா. அ

அன்பே சிவமாய்

உடலில்

தாயின் அணைப்பாய்

உதிரத்தில்

தந்தையின் அக்கறையாய்

சுவாசத்தில்

நட்பின் சினேகமாய்

உள்ளத்தில்

உற்றவரின் காதலாய்

கருவில்

வாரிசின் பாதுகாப்பாய்

இறுதியில் தேடலாய்

வாழ்வில் மூலமாய்

நீக்கமற நிறைந்தது

அன்பே சிவமாய்!

Sindu Baskar

❤

அன்பே மையம்

மனங்களில் மையம் கொண்ட காற்று

அன்பு

அது வெவ்வேறு பெயர்களில் வீசும்

பிடித்த பாலினத்திடம் காதலாக

பழகும் பாலினத்திடம் நட்பாக

பெறுகையில் பெற்றோராக

பிறக்கையில் பிள்ளையாக

கற்றுக் கொடுக்கையில் குருவாக

கற்கையில் சிஷ்யனாக

உதவியவருக்கு நன்றியாக

உதவாதவருக்கு எதிரியாக

எனப் பல பெயரில் வீசினாலும்

அதன் மையம் அன்பே ஆகும்.

ஸ்ரீகாந்த்

❤

அன்பே எல்லாம்

அகிலத்தில் யாவும்...

அன்பின் விதையே!

உயிரற்ற பொருளும்

உயிருள்ள ஜீவனும்

எல்லாம்...

அன்பினால்.

அன்பில்லையெனில் அகிலமே இருண்டுவிடும்.

இன்றியமையாத அன்பை

அளவில்லாமல் அளித்திடுவோம்

K.bhagyalakshmi

அன்பே காப்பு

ஆழம் தோண்டி தாகம்

தணிக்கும் நீர் தான் அன்பு,

நிறை குட அன்போ

தரை தொடும், அது தகுந்தவர்

தவறிடும் திரை கயம்..

அன்பு அடைக்கலம் புகுவது

அகவிடம்.. ஆனந்தம் தான்

அதன் உறைவிடம்.. அகத்தை

அகத்தில் ஏறும் வரை

அன்பு தராதே! ஆழ்மனதில்

சிறை புகும் அன்பைத் தா!

தெம்பு தரும் அன்பு தா!

அது நரைத்திடும் வரை

காத்திடும் காப்பு...

Divya Bharathi Sekar

அன்பை தேடுங்கள்

அன்புக்காக ஏங்கி தேடாதீர்கள்!

அன்புக்காக ஏங்குபவரை தேடுங்கள்.

அருகில் இருப்பதால் அன்பு அதிகரிப்பதும் இல்லை.

தொலைவில் இருப்பதால் அன்பு குறைவது மில்லை.

கிடைக்கும் என்பதில் பிரச்சனை இல்லை.

ஆனால்,

நிலைக்குமா என்பதில்

தான் பிரச்சனை.

வெளிப்படுத்த தெரியாத

அன்பு கூட

பேரன்பு தான்..

மா. பிரதீபா

அன்பை விதைப்போம்

நீரின்றி அமையாத உலகு
அன்பின்றி அமையாது!
அன்பின்றி அமைந்தால்?
உயிர்களோடு அமையாது!

பாஞ்சமில்லா அன்பை
வஞ்சமில்லாமல் பொழிந்திடுவோம்
வேற்றுமை சூழ்ந்த உலகை
அன்பாலே சுழல வைப்போம்

அன்பை கொடுக்க ஊடகம் தேவையா?
ஊனமில்லா இதயம் போதுமே!

உருவில்லா அன்பை
இருகையில் ஏந்துவோம்
விதை என விதைப்போம்!
மரம் எனக் காப்போம்!
அன்பாலே இவ்வுலகம் இன்புறட்டும்..

கவிஞன் 2.0

இறைவனின் உருவாய்

இயற்கையின் வரவாய்! இமைகள் காணா?

இறைவனின் உருவாய்! நேரில் நிற்கும்

அன்னையே அன்பின் அளவுகோலா?

அதற்றி பேசும் அப்பாவே அன்பின் திறவுகோலா?

பெற்றோரைத் தாண்டி பிறப்பில்லை!

பெற்றோரை தாண்டிச் செல்லும் பிள்ளைகள் இருந்தும் பயனில்லை!

இளமையிலேயே பயணம் முடிவதில்லை!

வாலிபமும் வயோதிகம் தொடுமென மூளையில் பதியவில்லை!

முதியோர் இல்லம் சென்றும் பிள்ளையைப்பற்றி

நினைப்பதை நிறுத்தவில்லை!

காலம் கடந்தால் முதியோர் இல்ல கதவுகள் தனக்கும்

திறக்குமென்பது நினைவில் இருப்பதில்லை!

அகிலத்தில் அன்பின் விதை முக்கியமெனில்

அகிலத்தில் விதைத்தவர்களை நினைப்போம்!

விலைகொடுக்க முடியாத அன்பை முதலில் காப்போம்.

ஸ்ருதி, மயிலாடுதுறை

உண்மையான அன்பு

"அன்பு" கருவிற்ற பொழுதிலும்..

வளரும் பொழுதிலும்..

உதைக்கும் பொழுதிலும்..

வலி கொடுக்கும் பொழுதிலும்..

.முகம் காணும் முன்பே.....

சற்றும் முகம் சுழிக்காமலும்,

நம்மைத் திட்டித்தீர்க்க சற்றுக் கூட யோசிக்காத..

தாயிடத்திலும்,தந்தையிடத்திலும்

ஒழிந்து தான் கொண்டு இருக்கிறது..

அளவுகடந்த இந்த

"உண்மையான அன்பு"

தனிமையின் காதலி_அகிலா

உணர்வுகள்

நமக்குள் இருக்கும் உணர்வுதான் அன்பு
எல்லோரின் கனிவான பார்வை தான் அன்பு
சிலரை சிரிக்க வைக்கும்
சிலரை அழ வைக்கும்.

ஒவ்வொரு மனிதரின் இந்த உணர்வு
இந்த உலகத்தைப் போலே மாறுகிறது
இந்த மாற்றம்தான்
பழைய உணர்வுகளைக் கொன்று
புதிய உணர்வுகளை உருவாக்குகிறது.

ஒரு தாயின் பாசம்,
அப்பாவின் கண்டிப்பு,
குழந்தைகளின் அன்பு
இவைகளைப் போன்ற உணர்வுகள்
எங்கே காணாமல் போனது?

V. Umarani Murugesan

உயிர்களிடத்தில் அன்பு வேண்டும்

உயிர் முதன்மையாம் அன்பு
உயிர்களுக்கு முதன்மையாம் அன்பு
உலகம் மூழ்கி யதில்
மூடிய சிற்பியா யுள்ள மனங்களில்
முத்தாகிய அன்பை கொணர
முத்துக்குளிப்போம் அன்புக் கடலில்

காகமும் காக்குதே அடை
குயிலிசை வாங்குதே பெயர்
காகாத்தின் புகழினை மீட்டியே
மகிழ்விப்போம் அதன் மனதையும்
உனதன்புத் தாய்மை பேரழகு காக்கையே

ஊன்றுவோம் செடி கொடி, மரங்களை
இயற்கையும் இன்பிக்கவே
உயிரேல்லாம் உண்டு நிறையவே
நிரப்புவோம் நம் மனதையு மதில்

முரளி பழனிசாமி

உயிர்க்கொல்லி

பரந்த ஆகாய உலகின் அளவில்,
உன்னை அடைய அகதியாய் அலைந்தேனே!..

அமைதியாய் ஆட்கொண்டு அனுபவித்த நிலையில்,
ஆளில்லா அனாதையாக நடுத்தெருவில் விட்டாயே!..

பனிக்காற்றாய் நீ என்னை வருடி,
பனிக்கூழாய் திகட்ட குடித்துச் சென்றாயே!..

நரம்பின் கிளையெல்லாம் தாவித்தாவி இடம்பிடித்து,
இன்னலுக்கு இரையாய் என்னைத் தந்தாயே!..

ஓடும் நதிக்கரையில் நீரின் உல்லாச பயணத்தில்,
உதறாமல் கைபிடித்து முடிவில் சிரிப்பை தவிர்த்தாயே!

நீ என் கண்களுக்குத் தெரியா தவிப்பினிலே,
வாடகைக்குக் கூட எடுக்க முடியா நிலைமையே!

இறுதிவரை என்னை வாட்டி வதைக்கும்,
அடங்காத அடங்காப்பிடாரியாக நீ இருந்திடாதே!
அன்பே! ஆருயிரே!

கலாம் நேசகி அபிதா

உயிர்த்திடுவோம் அன்பை

இதயத்தை இனிக்க வைக்கும் இன்பமே அன்பு...

துன்பமே அஞ்சி ஓடும்

அன்பின் இருப்பிடம் கண்டு...

குற்றமே ஒழிந்துப்போகும் மனிதத்தின்
அரவணைப்பால்...

வேண்டாமே வேற்றுமை

என்றும் அன்புடைமையைப் போற்றுவோம் எங்கும்...

எதிர்ப்பவர்கள் எவருக்கும் இடமில்லை

அவ்விடத்தில் அன்பு எதிரொலித்தால்.

உடலுக்கு உதிரமே உயிர் இணைப்பு.

உயிருக்கு அன்பே என்றும் புது உயிர்ப்பு.

உயிர்த்திடுவோம் அன்பை!

M. Sri Aksharee

உலகின் மொழி

ஆதி முதல் அந்தம் வரை படர்ந்து இருக்கும்
மொழியது!
ஆதி எழுத்தாய் அகரத்தை கொண்டிருக்கும்
மொழியது!
மக்களைத் தன் பேச்சியின்பால் பிரித்து அளிக்கும்
மொழிகளுக்கு இடையே!
அளவுகோலை எதிர்நோக்க கடவுளின் மொழியது!
மூன்றெழுத்தில் முழுமையடையும் முத்தான மொழியது!
உலகை வெல்லும் ஆயுதமாம் "அன்பே"
அம்மொழியானது!
ஆறறிவு எனும் தனித்துவம் பெற தகுதிகள் பல
பெற்றிருந்தும்!
அதில் ஒன்றாய் நமதாக்க முடியாதது மேலான
அன்பையாம்!
உயிர்களுக்கு இடையே பல வேற்றுமைகளை
வைத்திட்டபோதிலும்!
அன்பினை சமமாகி இறைவன் பொழிந்திட்டார் தன்
கருணையினை!
இனம் கடந்தும் மதம் கடந்தும் போதனைகள் பல
இருந்தும்! போதனைகளுக்குக் கருப்பொருளாய்
நிறைந்திருப்பது அன்பாம்!
அகம் எல்லாம் நிறைந்திருக்கும் அன்பை மறந்து!
புறக்கண்ணால் தேடுகிறோம் அன்பை பலப்பெயர்
கொண்டு!
சிறு விதையாக அதனைக் கருதி அகிலத்தில் அன்பை
விதைப்போம்!

ரா.வேதபிரியா

உலகை ஆளும் அன்பு

பிறந்த நொடியில் நாம் அள்ளிக் கொடுத்திட
ஒருமுறை பெற்ற பின் மனம் அதையே நாடிட
எட்டுத்திக்கும் எவரைக் கண்ட போதும்
ஈகையாய் இதனைப் பகிர்ந்திட தேடும்
கொடுத்தல் வாங்கல் குறையற்று இருக்கும்
ஒற்றைப் பொருளாய் இதனைக் கொண்டு
முன் பின் அறியா மூத்தோர் சிறியோர்
எவருக்கும் உண்டு இச்சிறு மாண்பு
அளவுடன் கொண்டால் ஆளும் அழகிது
அளவு கடந்தால் கொல்லும் சிறையது
கடவுளின் நிகராய் இருக்கும் பண்பு
அதான் இவ்வுலகை ஆளும் அன்பு..

ராம் மோகன்

உள்ளத்தில் அறத்தின் அசைவு

ஈன்றதாலும், மெய்யை

உருக்கியதாலும் - அல்ல

அன்பின் முனைப்பெயரே,

இவள் அவன் எனும்

தாய்தந்தையே யாகும்.

அன்பின் அங்கமாக்கிய அண்டத்தில் இதன் சாயல் பரவிக்கிடக்க,

பலர் பழக்கத்தால் அன்பை சுருக்க,

இவள் அவன் கருணையால் எழுத்தில் இதை நான் விளக்க,

மனசாட்சியில் அறம் என்பதை நிலுவினால் மட்டும் போதுமே,

சம வானில் அன்பும் நீல நிறமாய்ப் பரவிக்கிடக்கும்,

அரவணைப்பின் மொழியாய்.

AMIRTHA. K

❤

ஏழு வண்ணங்களில் வானம்

நீ

தனிமையில்

சிரித்ததும்

உன்னிடம்

காதல் மலர்ந்தது

வெண்ணிற வானமும் கருமையைப் பற்றியது

சூரியனும் வெப்பம் அடைந்தது

மழை பொழிந்தது

ஏழு வண்ணங்களில் வானம் மின்னியது

காதலின் சின்னமாக!

காதல் இரு உள்ளத்தின் பிணைவு

காதல் உண்மை என்னும் உறவு

காதல் வடிவம் இல்லாத உணர்வு

காதலுக்குச் சிறையடைந்து விடு

கண்களும் காதல் கவிதைச் சொல்லும்!

நோபிள் இனிதா. ஜெ

என் சமூகத்தில் அன்பு

பட்டினியும் பசியுமே வாழ்க்கையான
பராதிகளின் பந்தியில் கூட
பங்கு கேட்கும் நாய் குட்டிக்கு ஏமாற்றம் இல்லை
என்றால்
பரவிதான் இருக்கிறது என் சமூகத்தில் அன்பு

வெட்டவெளி பொட்டலிலே வீராப்பு நடைபோடும்
வெற்றிலை வாய் கிழவி சட்டெனச் சரிந்து வீழ்கையில்
சுற்றி ஒரு கூட்டம் சேர்ந்து கிழவியை வீடு சேர்த்தால்
சுவாசித்துத் தான் வருகிறது என் சமூகம் அன்பு
காற்றை.

வானத்தின் கீழ் வர்ணப்பிரிவும் இல்லை வர்க்கப்
பிரிவும் இல்லை
வானரங்கள் மூதாதையராம், அவர்களிடமும் சாதியும்
இல்லை
வழி வந்த மாக்கள் மட்டும் சாதி கிளைகளில்
தொங்குவதை நினைத்ததால்
வற்றித்தான் இருக்கிறது என் சமூகத்தில் அன்புக்கடல்.

அருண்வர்ஷன். ரா. க

❤

என்ன உரமிட்டு அன்பை விதைப்போம்

கவிதைகளில் ஆச்சரியக்குறியாய்
கதைகளில் முற்றுப்புள்ளியாய்
கனவுகளில் எட்டாக் கற்பனையாய்
கணினியில் கரைந்து
ஊடகங்களில் உறைந்துபோய்
காலங்கள் பல கடந்துவிட்டன!

கல்வி என்னும் நாகரீக தற்கொலை
கைக்குழந்தையிடம் பாலியல் வன்முறை
அதிகாரம் என்னும் ஆடைக்குள் அவரவர்
ஏற்படுத்திக்கொண்ட சட்டங்கள்-இப்படி
அங்கங்களோடு ஆடைக்குள்
மனசாட்சியையும் பூட்டிவிட்ட - இந்த
மாசுகொண்ட மனித மனதில்
என்ன உரமிட்டு விதைத்திடுவோம்
அன்பெனும் புனித விதையை!

Belsiya Peter

❤

என்னவளின் அகிலம்

முற்பொழுதும் உன் கற்பனையில்
மூழ்கிய என் நாட்கள்.
முன்னெப்போதும் உணராத விசித்திர உணர்வுகள்.
முழுமதியாய்ப் பதிந்திருந்த
உனது முகம். என்ன ஆச்சு?
எனக்கு என்ற விளங்கமுடியாத தவிப்பில்
உறைந்த பொழுதுகள்.
அன்புதானென்று ஏக்கத்தோடு
கலங்கிய தருணங்கள்
அத்தனைக்கும் முதற்புள்ளியாய் அமைந்த
உன் உறவு.
கண்ணிமைக்கும் நொடியில்
நீ தந்தப்பிரிவில்.
மரணம் எனும் வலியை உணர்த்திச்சென்றது

உன் அகிலம் நானென்று.
எண்ணி உடைந்த என் மனது!
ஏனோ? என்னவளின் அகிலம்
நானென்று உணர காலம் கடந்தாலும்.
இன்று இவ்வுலகில் வாழ அவளின் அன்பே.
சித்தம்!

சங்கீதா நாகு

❤

தாய் அன்பு.

என்னுள் உதித்த அன்பு,

இரு ஐந்து மாதம் கருவில் சுமந்த பின்பு.

இப் பூ உலகில் கால் பதித்த அரும்பு.

உன் மழலை அது தேன் கரும்பு.

உன் செல்ல குறும்புக்கு இல்லை என்றும் வரம்பு.

தாய்மை உனக்கு அள்ளி தரும் பேரன்பு.

அதுவே கலங்கம் இல்லா தூய அன்பு.

கமலப்பிரியா

தாயின் அன்பு

தன் உதிரத்தை உணவாக்கி ஊட்டிய
உன்னதமான உறவுக்குக் கைமாறு எதுவோ?
கைமாறு கருதி வளர்த்தவளாயின்
கணக்குப் பாரத்துதான் ஊட்டியிருப்பாள்,
அன்பு ஒன்றை பார்த்ததாலேதான்
அழுத நேரமெல்லாம்
அரவணைத்து காத்து நின்றாள்;

செய்ததைச் சொல்லிக் காட்டுவதற்கு
செய்யாமலேயே இருந்திருக்கலாம்
என்ற எண்ணம் - நமக்கு;
ஆனால் கொஞ்சிய காலம் மறந்து,
கொஞ்சம் கொஞ்சமாக
தூரம் செல்லும் பயம் - அவளுக்கு;

உன்னைப் பெற்றெடுத்த பின்பு கூட
பலநாள் பட்டினி கிடந்திருப்பாள் - ஆனால்
வயிற்றில் உன்னைச் சுமந்துக்கொண்டு
உனக்கென்று மட்டுமே உட்கொண்டிருப்பாள்!

அன்பென்ற சொல்லுக்கே அர்த்தம் தருவது
அன்னை என்ற உணர்வு தானே!

தருண் ஜெயமுருகன்

நினைவலைகள்

நிமிர்ந்த நேர் பார்வையில்

புத்திகூர் நெறிகளைக் கற்றறிந்த

வித்தைகள் யாவும் வியப்பூட்ட

நடந்து வரும் புரட்சிகரப் பெண்தானே!

சொல்லாத காதல் எனது எனது!

அது உனக்குச் சொந்தம் என்கிறது என் மனது!

உன்னைப் புகழ அனுமதி அளிப்பாயா நீ!

உன்னுடன் சேர்ந்து வர, பாதை தருவாயா நீ!

அலட்சியம் ஆகிறதோ என் உணர்வலை

என் காதலை நீயும் ஏற்கவில்லை

இருந்தும் ஏனோ குறையவில்லை

உன் மீது நான் வைத்த அன்பும்

என் மீது நீ வைக்காத அன்பும்

புரியாத புதிரோ உனக்கு நான்

புரிய முயல்வாயோ அன்பே நீ!

கு.நந்தகுமார்

பருவக் காதல்

கோடையில் நீ கொண்ட காதல்,

கோப்பை நீரையும் நிர்மூலம் செய்ததே,

வாடையில் நீ கொண்ட காதல்-எம்

வாசலில் வந்திறங்கி மறியல் செய்ததே,

கூதலும் எம்மைக் கொல்கையிலே,

கூவிரிக் காதலின் நினைவதைக் கொளுத்தி,

நித்தம் குளிர் காய்வேனே-எந்தன்

நித்திரை கூடவும் இழப்பேனே,

காரது கைக்கொண்ட மாரியுமோ,

கரைந்த நினைவை சுரந்திடச் செய்யுமே,

காலத்தின் சக்கரத்தை நிறுத்துவார் உண்டோ,

எம்காதலை உம்மைவிட்டு விலக்குவார் உண்டோ.

_சிற்பி_

பேரன்பு

கண் விழித்து நம் கண்ணீர் வழிய
கண் மூடி நமக்காகக் கண்ணீர் வழிய
அன்பே பாலம் என்று மனம் கூற
வீடு விட்டு வெகுத் தொலைவில் சென்றேன்
மனதின் அன்பினால் தொலைந்தது தூரம்
மனம் கூறியது ஆறுதல் வார்த்தை
இருப்பினும்,
மூளை கூறியது பயந்த சொற்கள்
விடுதியில் இருந்து வீடு திரும்புகையில்
அண்மையில் செலுத்திய அன்பு
தொலைதூரம் சென்றதால் தொலைந்ததோ?
தயக்கத்துடன் எழுந்த வினாவிற்கு
நான் வீடு நுழையும் முன்பே
பதில் கூறியவாறு ஒரு கணம் தடுத்தது
சிறு வயதில் நான் வளர்த்த செல்லப்பிராணி...

ezhudhu_kol

யாதும்! யாரென?

அள்ள அள்ளக் குறையா அமிர்தமே அன்பு,
அளவுக்கு மீறினால் அதுவும் நஞ்சு.

கேட்டும் கிடைக்காதோர் பல லட்சம்,
கேட்காமல் கிடைப்பதால் பலருக்கு அலட்சியம்.

உண்மையான அன்பிற்கு மதிப்பில்லை,
உண்மையான அன்பை மதிப்பவர் எவருமில்லை.

சிலரின் அன்பு மனதில் அழுத்தமாய்,
சிலரின் அதீத அன்பு மனதிற்கு அழுத்தமாய்.
அன்பின் வலிமை அதிகம்,
அன்பின் வலியும் அதிகம்.

கண்ணுக்கு எதிரில் இருந்தும் கண்டுகொள்ளாமல்,
கண்ணுக்குள் வைத்துக் கண்ணீர் வடிப்பதும்.
யாதும் நீ எனத் தொடங்கி,
யாரென முடித்து விடுகிறது.

சதாக்ஷி. சி

வாடை வருடல்

செஞ்சுடர் மீன் விழியும்

நெஞ்சு சுட விழித்தாயோ!

அழகு அணிவிற் யிரண்டும்

ஆழம் பாச்சி கிழித்தாயோ!

தேன் சொட்டும் நகையிதழும்

தேள் கொடுக்காய் கடித்தாயோ!

தெளிந்த நீர்சுனை சங்கும்

தெரிந்தும் கானல் வடித்தாயோ!

திரைபின் மனமும் நாணம்

திரை வரை ஒழித்தியோ!

மார்பின் மூச்சும் குளிரும்

மோதும் நேரம் கனலோ!

முடிவுற மன்றம் கொள்வாயோ!

காதல் மேடை காத்து - நிற்கும்

சூர்யா சிவன்

விதைத்ததும் விளைந்திடுமோ? அன்பு

இதயமெனும் உணர்வுக்கருவறையில் உதித்த வாழ்வின்
தீபமெனும் அன்பொளியே! விதைத்ததும் உடனே
விளைந்திடுமோ?கொடுத்தது மீண்டும் கிடைத்திடுமோ?
நிபந்தனைகளற்று,நிதானம் நிரந்தரமானால்
நினைப்பதெல்லாம் நிகழ்ந்திடுமோ!

காலம் காலமாய் நீளும் கலவரமும் முடிவுக்கு
வரவேண்டுமெனில், அகிலம் மனதில் நீ ஊன்றி
எழவேண்டுமோ!

மகிழும் தருணத்தில் நீ வரமாகும் நண்பனோ!

வருந்தும் தருணத்தில் நீ பாடம் புகட்டும் பகைவனோ!

மனதில் சேர்த்து வைத்த அன்பெல்லாம்
நட்சத்திரங்களானால்,

பரந்த வானில் தங்கயிடமின்றி வால் நட்சத்திரமும்
பூமிக்கு வந்திடுமோ!

இயற்கைச்சூழ ஏழு வண்ணங்களின்

இணைப்பிரியா அன்புதான் வானவிலின் வர்ணமோ!

இயற்கைக்கே அன்பென்ற உன்னதக் குணத்தைப்
படைத்துள்ள

இறைவனின் கணக்கில் மனிதன் மட்டும் என்ன
விதிவிலக்கா?

மண்ணில் வேர் நன்கு படர்ந்திருந்தால் மரம் மட்டுமே செழிக்கும்!

மனதில் அன்பென்ற வேர்ப்படர்ந்திருந்தால்
வாழ்க்கையே செழிக்கும்!

ஆதியந்தமும் அன்பின் குரல் ஓங்கட்டும்!

மனதால் மதியை வெல்வோம் அன்பால்! வாழ்வில்
வெற்றி காண்போம் இந்நாள்!

கவிகௌரி